ஆர்கலி

ஜூலியானா ஜோன்பிலிப்

Copyright © Julieana Johnphilip
All Rights Reserved.

This book has been published with all efforts taken to make the material error-free after the consent of the author. However, the author and the publisher do not assume and hereby disclaim any liability to any party for any loss, damage, or disruption caused by errors or omissions, whether such errors or omissions result from negligence, accident, or any other cause.

While every effort has been made to avoid any mistake or omission, this publication is being sold on the condition and understanding that neither the author nor the publishers or printers would be liable in any manner to any person by reason of any mistake or omission in this publication or for any action taken or omitted to be taken or advice rendered or accepted on the basis of this work. For any defect in printing or binding the publishers will be liable only to replace the defective copy by another copy of this work then available.

சிருஷ்டிக் கடலிலே மனித வாழ்க்கை ஒரு மரக்கலம்.

அந்தக் கடலில் பயணத்தை இன்பமயமாக்கவல்ல தேமதுரத் தென்றலுண்டு,

இஷ்டப்பட்ட திசையை நோக்கிப் பாய்மரங்களை உந்திச் செல்லும் பருவக்காற்றுகளும் உண்டு,

கரை சேராமலே கவிழ்த்துவிடும் சுழல்களும் உண்டு,

சுழன்று சுழன்றடித்துப் பயணத்தின் திசையை மாற்றி எதிர்பாராத கரையில் கொண்டு தள்ளிவிடும் சூறாவளிகளும் உண்டு.

எது எப்பொழுது நேரும், வாழ்க்கை பயணம் எப்படித் திசை மாறும் என்று மட்டும் சொல்ல யாராலும் இயலாது.

மனித புத்திக்கு அப்பாற்பட்ட சிருஷ்டி விசித்திரம் அது...

இவ் விசித்திரத்தில் என்னோடு சேர்ந்து பயணித்த அனைவருக்கும்

இன் நூல் சமர்ப்பணம்.

பொருளடக்கம்

முன்னுரை vii

1. உங்களின் மதிப்பென்ன?? 1
2. பொன்னான நேரம் 3
3. சக்திவாய்ந்த பொருள். 6
4. கவலை என்ற நோய். 10
5. பேசுவதற்கு முதல் சிந்திப்போம். 13
6. நல்லதே செய்வோம்.. நல்லதே நினைப்போம் 15
7. தோல்வி ஒரு பாடமே... 19
8. சிறகை விரித்து சுதந்திரமாய் பற.. 22
9. குப்பைகளை தூக்கி தூர போடு .. 25
10. இலக்கினை அடையும் வரையில்.. 27
11. மனம் திறமைகளின் கடல்.. 29
12. காலம் அதற்கு இடம் தராது.. 32
13. திசைகாட்டும் கருவி. 35
14. வாழ்க்கை என்னும் மாய வேட்டை. 37
15. அலட்சியமே காரணம். 39
16. உன்னால் முடியும் 41
17. இவ்வளவு தான் வாழ்க்கை.. 43
18. கனவு காணுங்கள். 45

மகிழ்வித்து மகிழ்ந்திருங்கள். 47

• v •

முன்னுரை

"உனக்கு என்ன தெரியும் என்று யார், எப்போது கேட்டாலும் நான் தயங்காமல் சொல்வேன். எனக்கு கதை சொல்ல தெரியும்.! தனிமை வாட்டும்போது புதிய கதை ஒன்று என்னை நோக்கி கரங்களை நீட்டும். மகிழ்ச்சி பொங்கும்போது கதையும் வளர்ந்து, பொங்கிவரும். சோகமாக இருக்கும்போது கதையின் மடியில் தஞ்சம் அடைவேன். அது என் முதுகை தட்டிகொடுக்கும். உறங்க ஆரம்பித்தால் கனவு வரும். கனவு வந்தால் அதில் ஒரு புது கதை முளைத்து வரும்.!

"கதையின் மூலம் என்னவோ சொல்ல வருகிறாய்தானே.?"

"எந்த கதையும் எதையும் சொல்வதில்லை. ஆனால், அதை கேட்கும் ஒவ்வொருவரும் ஒவ்வொருவிதமான செய்தியை அதிலிருந்து பெறுகிறார்கள். அதுதான் கதையின் மாயம்.!" என்றார் கதை சொல்லி "ஈசாப்" அவர்கள்.

இலங்கையின் மத்திய மலைநாட்டில் பிறந்து வளர்ந்த நான், என் சிறுவயது முதலே கதைகளின் மேல் அதீத ஆர்வமும் தேடலும் உடையவள். நான் செவிமடுத்த, வாசித்த சில கதைகளையும், கட்டுரைகளையும், என் கற்பனை குதிரையில் சவாரி செய்த போது தோன்றியவற்றையும் என் சிற்றறிவுக்கு எட்டிய மட்டில் இங்கே ஓர் தொகுப்பாய் தொகுத்திருக்கிறேன்.

குறைகளை தயவாய் பொறுத்தருளுக.. ஏனெனில் இது என் கன்னி முயற்சி.

நன்றி.
வணக்கம்.
ஜூலியானா ஜோன்பிலிப்.

1

உங்களின் மதிப்பென்ன??

உலகத்தில் மதிப்புமிக்க பொருள் எது? என்று கேட்டால் சிலர் தங்கம் தான் என்று சொல்வார்கள். மற்றும் சிலரோ வைரம் தான் என்று சத்தியம் செய்வார்கள்.

இவ்வுலகில் ஒவ்வொருவரும் ஒவ்வொரு பொருளை மதிப்புமிக்கது என்று கூறுவார்கள். ஆனால் அவர்கள் சொல்லும் அந்த பொருட்களைக் காட்டிலும் மிகவும் மதிப்பு வாய்ந்த ஒன்று உண்டு.

அந்தத் பொருள் என்னவாக இருக்கும்?? சிந்தியுங்கள்.. புரியவில்லையா???

நாம் தான் இந்த உலகத்தில் மதிப்புமிக்க பொருள். நம்மைவிட இந்த உலகத்தில் மதிப்புமிக்க பொருள் எதுவும் கிடையாது.

உலகப் புகழ் பெற்ற அறிஞர் ஒருவர் இருந்தார். அவர் வீட்டிற்குள் இருக்கும் போது வீட்டின் உட்புறம் நன்றாகத் தாழ்ப்பாள் போட்டுக் கொள்வார். வெளியில் செல்லும் போதோ, கதவை நன்றாகத் திறந்து போட்டுவிட்டுப் போய்விடுவார்.

இவரின் இந்த நடவடிக்கைகளைக் கவனித்த அவருடைய நண்பருக்கோ அவரின் இந்தச் செயல் மிகவும் ஆச்சரியத்தை ஏற்படுத்தியது.

'எல்லோரும் வெளியில் செல்லும் போது தான் வீட்டை நன்றாக பூட்டிவிட்டுச் செல்வார்கள்'. ஆனால் இவரோ எதிர்மறையாக செய்வதனால் காரணம் அவருக்குப் புரியவில்லை.

ஒருநாள் அவரிடமே.. " நண்பரே! நீங்கள் இவ்வாறு எதிர்மறை செய்வதன் காரணம் என்ன? நான் தெரிந்து கொள்ளலாமா?" என கேட்டேன் விட்டார்.

அதற்கு அறிஞர், " நண்பரே ! இந்த வீட்டில் மிக மதிப்புமிக்க பொருள் நான் தான். அதனால் தான் நான் வீட்டில் இருக்கும் போது என்னைவிட மதிப்பு வாய்ந்த பொருள் வேறு இல்லை என்பதால் நான் வீட்டைக் தாழ்ப்பாள் போட்டுக் கொள்கிறேன்.

நான் வெளியில் செல்லும் போதோ மிக மதிப்புமிக்க பொருளான நானே வெளியில் சென்று விடுவதால், வீட்டைக் திறந்து போட்டுவிட்டு கிறேன்" என்றார்.

அவர் அப்படி செல்வதில்லை எவ்வளவு பெரிய உண்மை இருக்கிறது.

நம்மை விட இந்த உலகத்தில் மதிப்புமிக்க பொருள் வேறில்லை. இந்த உலகத்தில் உள்ள மற்ற பொருட்களைக் காட்டிலும் நாம் ஒவ்வொருவரும் மதிப்பு வாய்ந்தவர்களே.

நம்முடைய மதிப்பை நாம் புரிந்து கொண்டால் எல்லாம் மதிப்பற்றதாகிவிடும். இந்த உலகத்தில் நாம் இருந்தால் தானே எதையும் சாதிக்க முடியும்.

நமது உயிர் மிக மதிப்புமிக்கது. அதைத் தாங்கிக் நிற்கும் உடலும் அதனால் மதிப்பு வாய்ந்தது.

நமது சிந்தனை, எண்ணங்கள், திறமைகள் செயற்பாடுகள் யாவும் மதிப்பு வாய்ந்தவைதான்.

இவ்வளவு மதிப்பு வாய்ந்தவைகளை நாம் நல்வழியில் பயன்படுத்தினால் நமக்கு நாம் மட்டும் சொத்தல்ல, இந்த உலகத்திற்கே நாம் ஒரு சொத்து.

"உலகத்தின் ஒவ்வொரு பொருளுக்கும் ஒரு மதிப்புண்டு." அப்படியானால் உங்களின் மதிப்பென்ன??

2
பொன்னான நேரம்

"முடியைப்பற்றி நேரத்தை இழுக்க வேண்டும் !" —
மிடிலேன் பிடாகஸ்

நம்முடைய விலை மதிப்பற்ற ஆதாரங்களில் நேரமும் ஒன்றாகும். இழந்துவிட்டால் திரும்பப்பெற முடியாததும் நேரம் ஒன்றுதான்.

உமர்கய்யாமின் பாடல் வரிகள் நம்மில் பலர் அறிந்தது தான்,

"அசையும் விரல்கள் எழுதுகின்றன
எழுதியபின் நகர்கின்றன எதுவும் அதைத்திரும்ப அழைக்க முடியாது
எத்தனை கண்ணீர்விட்டாலும்
ஒரு வார்த்தையைக் கூட அழிக்க முடியாது."

நேரம் என்பது இரக்கமற்றது. யாருக்காகவும் காத்துக்கொண்டிராது. விலைமதிப்பற்ற இதனை எவ்வளவு புத்திசாலித்தனமாக நாம் பயன்படுத்துகிறோம்?

வாழ்நாளில் மூன்றில் ஒரு பங்கு உறக்கத்தில் கழிகிறது. பத்தில் ஒரு பங்கு குளிப்பது, அழகு படுத்திக்கொள்வது ஆகியவற்றில் செலவாகிறது. ஆறில் ஒரு பங்கு நேரத்தை உறவினர்கள் நண்பர்களுடன் பேசுவதில் கழிக்கிறோம். இவ்வாறு பலவிதத்திலும் 70 சதவீத நேரத்தை செலவழித்து விடுகிறோம். எஞ்சியிருப்பது 30% தான். நாம் அதிகமாக பேசுகிறோம். நாமறியாமலே வெட்டிப் பேச்சிலும் வம்பளப்பதிலும் அதிக நேரத்தை செலவிடுகிறோம். நம்மைக் கட்டுப்படுத்திக்கொண்டு இவ்வாறு வீணாகும் நேரத்தை ஏன் குறைத்துக் கொள்ளக்கூடாது?

வேலைக்கென உள்ள நேரம் போக எஞ்சியுள்ளதில் தான் மற்ற எல்லாவற்றையும் செய்ய வேண்டும். பைபிளில் உள்ள அறிவுப் பெட்டகமான பழமொழிகள் புத்தகம் என்ன சொல்கிறது?

"எறும்பை பார், அதைப்போல புத்திசாலியாக நடந்து கொள்.
தனக்கு கட்டளையிடுவதற்கோ ஆட்சி செய்வதற்கோ
யாரும் இல்லாத போதே கோடையில் தனக்கு வேண்டிய உணவை
சேர்த்து வைத்துக் கொள்கிறது.
அதைப்போல சுறுசுறுப்பாக இல்லாமல் உறங்க போனால்
வறுமையே மிஞ்சும்."

பைபிள் என்ன சொன்னபோதிலும் நம்மால் உறங்காமல் இருக்க முடியாது தான். உறங்கி எழுந்ததும் நம்மை வளர்த்துக் கொள்ளும் காரியங்களை செய்ய முடியுமல்லவா?

"வாழ்நாள் குறுகியது. அதேபோல் நேரமும் குறுகியது;

"இந்த உலகத்தில் ஒரு முறை தான் வாழ முடியும் என்று நினைக்கிறேன், எனவே என் இனத்தவருக்கு ஏதாவது ஒரு நன்மையை என்னால் செய்ய முடியுமானால் அல்லது அன்பை செலுத்த முடியுமானால் அதை இப்போதே செய்வேனாக.

அதை ஒத்திப்போடமலோ அலட்சியப்படுத்தமலோ இருப்பேனா. ஏனெனில் மீண்டும் உலகில் நான் வாழ முடியாது போகலாம்" என்று ஸ்டீபன் கிரெல்லட் கூறியதை நினைவில் கொள்வோம்.

நாம் கடிகாரத்திற்கு மரியாதை கொடுப்பதே இல்லை, அதனால்தான் இன்றும் மேலை நாடுகளை விட ஆசிய நாடுகள் பின்தங்கிய நிலையில் இருக்கிறது.

பெஞ்சமின் டிஸ்ரேலி கூறியதுபோல்
"நேரத்தை மிச்சப்படுத்துபவன் எல்லாவற்றையும்
மிச்சப்படுத்துகிறான்"

"காலம் எவ்வளவு வேகமாக செல்கிறது என்பதை கவனியுங்கள். எல்லாவற்றிலும் வேகமானது அதுதான்." என்பது ஸௌசாவின் கூற்று.

பிரான்சிஸ் பேகனும் நேரத்தின் முக்கியத்துவத்தை தனது கட்டுரைகள் என்ற நூலில் வலியுறுத்துகிறார்.

"வாங்கக்கூடிய பொருளுக்கு பணம் அளவுகோலாக இருப்பதுபோல
வணிகத்திற்கு நேரம்தான் அளவுகோல்"

பெஞ்சமின் பிராங்கிளினு டைய அறிவுரையை கேட்டு நடப்பது மிகவும் நல்லது.

"நீங்கள் வாழ்க்கையை நேசிக்கிறீர்களா? அப்படியானால் நேரத்தை வீணடிக்காதீர்கள். ஏனெனில் வாழ்க்கை என்பதே அதனால் ஆனதுதான்!"என்கிறார்.

விலைமதிப்பற்ற அதற்கு ஆலிவர் வெண்டல் ஹோம்சின் பாராட்டுரை இது:

"எனது இடது பையிலிருந்து வேண்டுமானால் வெள்ளிக் காசை எடுத்துக் கொள். வலது பையை விட்டுவிடு.

அதில் தான் எனது பொன்னான நேரம் உள்ளது.

3
சக்திவாய்ந்த பொருள்.

ஒரு நாள் திருடன் ஒரு ஒருவன் திருடுவதற்காக இரவில் ஒரு பெரிய பங்களாவில் நுழைந்துவிட்டான்.

அவன் உள்ளே நுழைந்த பிறகு தான் அது சபர்மதி ஆசிரமம் என உணர்ந்தான். அதற்குள் அவனை ஆசிரமம் வாதி ஒருவர் பார்த்துவிட்டார்.

உடனே அவர் சத்தம் போட்டு தூங்கிக் கொண்டிருந்த மற்றவர்களையும் எழுப்பி, எல்லோருமாக சேர்ந்து திருடனை பிடித்து விட்டார்கள்.

அதில் ஒருவர் இவனை சாதாரணமாக விடக்கூடாது பொலிஸில் ஒப்படைக்க வேண்டும் என்றார்.

ஒழுக்கமும் பண்பும் நிறைந்த நம் ஆசிரமத்தின் தலைவரான காந்திமகான் தான் இந்த திருடனுக்கு சரியான தண்டனை தருவார், அதனால் காலையில் நம் காந்திமகான் இங்கு வரும்வரையில் இவனை இந்த தூணில் கட்டி விடலாம் என்றார் ஒருவர்.

அதனால் ஆசிரமவாசிகள் ஒரு கயிற்றை எடுத்து வந்து திருடனை ஒரு தூணில் இறுக கட்டிப் போட்டு விட்டார்கள்.

காலையில் எல்லா ஆசிரம வாசிகளும் சாப்பிட்டுவிட்டு காந்தியடிகளின் வரவுக்காக காத்திருந்தனர்.

ஆசிரமத்தில் நுழைந்த திருடனும் காந்தியடிகள் என்ன தண்டனை தரப் போகிறாரோ என்று பயந்து நடுங்கிக் கொண்டிருந்தான்.

காந்தியடிகள் ஆசிரமத்துக்குள் நுழைந்ததும் எல்லோரும் சாப்பிட்டு விட்டீர்களா? என்று அன்போடு கேட்டார். ஆசிரமவாசிகள் சாப்பிட்டு விட்டோம் என்றார்கள்.

அதன் பிறகு எல்லாம் ஆசிரமவாசிகள் ஒன்றுகூடி காந்தியடிகளிடம் "பாபுஜி" இரவில் ஒரு திருடன் ஆசிரமத்தில் நுழைந்து விட்டான், அவனை நாங்கள் அனைவரும் பிடித்து ஒரு தூணில் கட்டி வைத்துள்ளோம். அதோ பாருங்கள் என்று திருடனை காட்டினார்கள்.

திருடன், காந்தியடிகள் தன்னை நோக்கி வருவதை பார்த்து மிகவும் பயந்து நடுங்கினான்.

அவரோ..

ஆசிரமம் என்பது கூட தெரியாமல் திருட வந்த அறியாமை நிறைந்த, மிகவும் அப்பாவியான அந்த திருடனை மிகவும் கனிவுடன் பார்த்தவர்.. அவன் தலையை மிகவும் அன்போடு தடவி விட்டு முதலில் இவரை அழைத்து போய் சாப்பாடு போடுங்கள் பாவம் இவர் மிகவும் பசியுடன் இருக்கிறார் என்றார்.

அவர்களோ பாபுஜி இவன் ஒரு திருடன் என்றனர். இந்த திருடனுக்கு போய் உணவு போட சொல்கிறீர்களே இவனுக்கு தண்டனை அல்லவா தர வேண்டும் என்றனர்.

நீங்கள் அனைவரும் சாப்பிட்டு விட்டீர்களா? என்று ஆசிரம வாசிகளிடம் மறுபடியும் கேட்டார். அவர்களும், நாங்கள் எல்லோரும் சாப்பிட்டு விட்டோம் என்றனர்.

இவருக்கு சாப்பாடு போட்டீர்கள் என்று கேட்டார்? அவர்கள் "பாபுஜி" இவன் ஒரு திருடன் அதனால் அவனுக்கு நாங்கள் சாப்பாடு போடவில்லை என்றார்கள்.

இவரும் ஒரு மனிதர் தான் என்பது உங்களுக்கு புரியவில்லையா? மனிதர்கள் அனைவருக்குமே பசி என்ற ஒன்று உண்டு என்பது உங்களுக்குத் தெரியாதா? உங்கள் பசிக்க நீங்கள் சாப்பிட்டதை போல இவருக்கும் பசிக்கும் என்பது உங்களுக்கு ஏன் தெரியவில்லை? பசியோடு இருக்கும் இந்த மனிதரை அழைத்து போய் முதலில் சாப்பாடு போடுங்கள் இன்று இவர் நம் விருந்தாளி என்றவர்.

கனிவோடு அவனை அழைத்துக்கொண்டு போய் சாப்பிட வைத்தார்.

மிகவும் பசியோடு இருந்த திருடன் உணவை அள்ளி அள்ளி விழுங்கினான்.

காந்தியடிகள் அவன் சாப்பிடுவதை மிகவும் பணிவோடு பார்த்தார்.

ஆசிரமவாசிகளுக்கு பாபுஜி ஏன் ஒரு திருடனிடம் போய் இவ்வளவு கனிவோடு நடந்து கொள்கிறார் என்று புரியவில்லை.

திருடன் உணவினை சாப்பிட்டு முடித்ததும் தனது பசி நீங்கியவனமாய் "பாபுஜியை" பார்த்து பார்த்தான்.

அவரோ அவனை மிகவும் பணிவோடு பார்த்துக்கொண்டிருந்தார்.

உடனே திருடன் காந்தி மகானின் பாதங்களில் விழுந்து, "பாபுஜி என்னை மன்னித்துவிடுங்கள். எல்லோரும் என்னை திருடனாக பார்த்த போதும் நீங்கள் மட்டும்தான். என்னை மனிதனாக பார்த்தீர்கள்.

எல்லோரும் என்னைத் திருடன் என்ற எண்ணத்தோடு பார்த்தார்கள், ஆனால் நீங்கள் ஒருவர்தான் மனிதன் என்ற உணர்வோடு பார்த்தீர்கள்.

உங்களுடைய கனிவான பார்வையும் அன்பான பேச்சும் என்னுள் பெரும் மாற்றத்தை ஏற்படுத்தி விட்டது. எதற்காகவும் திருந்தாத திருடனான என்னை உங்களின் கனிவான பார்வையே ஒரு மனிதனாக்கிவிட்டது.

உங்களின் இந்த அன்பான பார்வையே என் தவறை எனக்கு உணர வைத்துவிட்டது. உங்களின் இந்த அன்பான அணுகுமுறையினால் நான் திருந்தி புது மனிதனாக மாறி விட்டேன். இனிமேல் ஒருபோதும் நான் திருடமாட்டேன் இது சத்தியம்" என்றான்.

அவன் மனம் மாறியதை கேட்ட காந்தி மகான் மிகவும் மகிழ்ச்சி அடைந்தார்.

ஆசிரமவாசிகளோ, 'அன்பான அணுகுமுறை எவ்வளவு சக்தி வாய்ந்தது' என்பதை புரிந்து கொண்டார்கள்.

காந்திமகான் கொடிய திருடனைக் கூட தனது கனிவான பார்வையினாலேயே புது மனிதனாக்கிவிட்டார்.

அவரின் இத்தகைய அணுகுமுறை தான் இந்த உலகத்தில் அவரை மகாத்மாவாக்கியது.

எவ்வளவு கொடியவர்களையும் அன்பான அணுகுமுறை திருப்பிவிடும் என்பதற்கு இந்த நிகழ்ச்சி ஓர் எடுத்துக்காட்டு.

கோபத்தாலும் ஆத்திரத்தாலும் சாதிக்க முடியாத செயல்களைக் கூட நமது அன்பான அணுகுமுறையால் சாதித்துவிடலாம்.

தண்டனையால் திருந்தாத கொடியவர்களை கூட, நமது அன்பான அணுகு முறையால் திருத்தி அவர்களை நல்வழிப்படுத்லாம்.

கனிவான பார்வை, அன்பான வார்த்தைகளைக் கொண்ட அணுகுமுறையினால் நம்மால் எதையும் சாதித்துவிட முடியும்.

அன்பும், கனிவும் மிகவும் மென்மையானவை தாம். ஆனால் அவற்றின் சக்தியோ மிகவும் வலிமை வாய்ந்தது.

அன்பும், கனிவும் நமக்குள்ளும் இருப்பது உண்மைதானே!! அன்பான அணுகுமுறையை நாமும்தான் உபயோகித்துப் பார்ப்போமே. நமக்குள் உள்ள இவ்வளவு சக்திவாய்ந்த பொருளை நாம் ஏன் வீணாக்கி கொள்ள வேண்டும்?

4
கவலை என்ற நோய்.

ஒரு ஊரில் ஓர் ராஜா இருந்தார். அவர் ஓர் அற்ப விஷயத்துக்காகக் கவலைப்பட்டுக் கொண்டு 'உடல் நிலை சரியில்லை' என்று கூறி படுத்துக்கொண்டார்.

உடனே அரண்மனை வைத்தியர்கள் வந்தனர். அவரைப் பரிசோதித்தனர். ஆனால் அவர்களால் அவருக்கு என்ன வியாதி என்று கண்டு பிடிக்க முடியவில்லை.

அந்த நாட்டின் எல்லா பகுதிகளில் இருந்தும் திறமையான வைத்தியர்கள் வந்தும் அவருக்கு என்ன நோய் என்று கண்டு பிடிக்க முடியவில்லை.

கடைசியில் மிகத் திறமை வாய்ந்த ஒருவர் மருத்துவர் வரவழைக்கப்பட்டார். அவரை அரசரைப் பரிசோதித்து பார்த்து, அவருக்கு எந்த நோயும் இல்லை என்பதையும், அரசர் வேண்டுமென்றே நோயாளியை போல் படுத்திருக்கிறார் என்பதையும் அந்த வைத்தியர் புரிந்துகொண்டார்.

உடனே அவர் அரசனிடம் "அரசே! உங்களுக்கு வந்திருப்பது மிக பயங்கரமான வியாதி" இதற்கு ஒரே மருந்து தான் இருக்கிறது.

இந்த உலகத்தில் யார் கவலைப்படாத மனிதனோ அவனது மேலாடையை கொண்டுவந்து போர்த்தினால் தான் உங்கள் நோய் குணமாகும் அரசே! என்று கூறிவிட்டு சென்று விட்டார்.

உடனே அரசர் ஆட்களை அனுப்பி இவ்வுலகில் கவலைப்படாத மனிதன் ஒருவனை அழைத்து வர ஆணைப் பிறப்பித்தார்.

இதனால் அரண்மனை சேவகர்கள் ஒவ்வொரு வீடு வீடாக சென்று 'கவலை இல்லாதவர்கள் யாராவது இருக்கிறார்களா?' என்று விசாரித்தனர்.

ஆனால் கவலைப்படாத மனிதன் யாருமே கிடைக்கவில்லை. எல்லோருக்குமே கவலைகள் இருந்தன. ஏழை முதல் பணக்காரர் வரை.. குழந்தைகள் முதல் வயதானவர்கள் வரை.. அனைவருக்குமே கவலைகள் இருந்தன. ஒவ்வொருவரும் பலவிதமான கவலைகளை எண்ணி வேதனைப் பட்டுக் கொண்டிருந்தனர்.

நாடெங்கும் கவலையில்லாத மனிதனைத் தேடித் தேடித் களைத்துப்போன சேவகர்கள் ஒரு மரத்தடிக்கு வந்தனர்.

அப்போது அந்த மரத்தடியில் ஒரு யாசகன் சந்தோஷத்தோடு ஆடிப் பாடிக் கொண்டிருந்தான்.

உடனே சேவகர்கள் அவன் அருகே சென்று "ஏம்பா.. இவ்வளவு சந்தோஷமாக இருக்கிறாயே உனக்கு கவலையே இல்லையா?" என்று கேட்டார்கள்.

"எனக்கு என்னப்பா கவலை? பணம், காசு இருக்கிறதா? யாராவது கொள்ளையடித்து போய்விடுவார்கள்; இல்லாவிட்டால் நம்மை ஏமாற்றி விடுவார்கள் என்று கவலைப்பட. அல்லது மனைவி மக்கள் இருக்கிறார்கள்? அவர்களை காப்பாற்ற வேண்டும் என்று கவலைப்பட. அல்லது அந்தஸ்து கௌரவம் இருக்கிறதா? அதை இழந்துவிடுவோமோ என்று கவலைப்பட, நான் பிச்சையெடுக்கிறேன், சாப்பிடுகிறேன், சந்தோஷமாக இருக்கிறேன். எனக்கென்று எந்தக் கவலையும் இல்லை. அதனால் எந்த பிரச்சனையும் இல்லை. நான் எதை நினைத்துக் கவலைப்பட வேண்டும்? எதற்காக கவலைப்பட வேண்டும்? நான் கவலையே இல்லாத மனிதன்" என்றான்.

உடனே அரண்மனை சேவகர்கள் அந்த யாசகனை அரசனிடம் அழைத்துச் சென்றனர். அந்த யாசகனை பார்த்து ஆச்சரியப்பட்ட அரசர்.. "ஏம்பா, உனக்கு கவலையே இல்லையா? என்றார்.

"அரசரே! எனக்கு எந்தவிதமான கவலையும் இல்லை" என்றான்.

"அப்படியானால் உன் மேலாடையை எனக்குத் தா, நான் உனக்கு நிறைய பொற்காசுகளை பரிசளிக்கிறேன்" என்றார் அரசர்.

• 11 •

உடனே அந்த யாசகன் கவலைப்பட ஆரம்பித்தான்.

ஏன் கவலைப்படுகிறாய்? என்றார் அரசர்.

"அரசே! எனக்கு இந்த கோவணத்தை தவிர வேறு ஆடையோ சொத்து சுகமோ இல்லை. எனக்கு ஒரு மேலாடை இருந்திருந்தால் இப்போது நீங்கள் சொன்ன பொற்காசுகளை எனக்கு பரிசாக கிடைத்திருக்குமே, எனக்கு மேலாடை இல்லாததால் நீங்கள் கொடுப்பதாய் சொன்ன பரிசைப் பெற முடியாமல் போனது அதை நினைத்துத்தான் கவலைப்படுகிறேன்" என்றார்.

அப்போதுதான் அரசருக்கு வைத்தியர் சொன்னது புரிந்தது.

உலகத்தில் கவலையில்லாத மனிதன் ஒருவர் கூட இல்லை என்பதை உணர்ந்தார். நன்றாக சிந்தித்துப் பார்த்தால், அந்தப் யாசகனின் கவலை தேவையில்லாத ஒரு மாயை. அது போலவே தன்னுடைய கவலையும் ஒரு தேவையில்லாத மாயை என்பதை உணர்ந்து கொண்டார். உடனே தன் கவலையை மறந்து படுக்கையில் இருந்து எழுந்தார்.

உலகத்தில் கவலை என்ற நோய்க்கு மருந்தே கிடையாது கவலைக்கு ஒரே ஒரு வைத்தியம் மட்டுமே உண்டு. கவலைப்படாமல் இருப்பது தான் அதற்கு சிறந்த வைத்தியம்.

'எந்த நோயையும் வருமுன் காப்பதே நலம்' என்று வள்ளுவப் பெருந்தகை கூறியதைப் போல் கவலை என்ற நோயையும் வருவதற்கு முன் அது வராமலேயே நம்மை பாதுகாத்துக் கொள்வது நலம்.

கவலை நம் முன்னேற்றத்தில் எதிரி. கவலைப்படுவதால் இவ்வுலகில் யாரும் எதையும் சாதித்து விட முடியாது.

இவ்வுலகமே ஒரு மாயை தான். இந்த உலகம் கூட நிலையற்றது தான். வானத்தில் தெரிகின்ற சந்திரன், சூரியன், நட்சத்திரங்கள் யாவும் நிலையற்றவைதாம்.

நாமும் நிலையற்றவர்கள்தாம். அப்படியிருக்கையில், நம்முடைய கஷ்டங்களும், கவலைகளும் எப்படி நிரந்தரமானவையாக இருக்கும்? சிந்தியுங்கள்..

5
பேசுவதற்கு முதல் சிந்திப்போம்.

ஒரு ஊர்ல..ஒரு பெரிய குரு இருந்தார். முற்றும் துறந்தவர் எல்லாம் கற்றவர். அவரை ஒரு பிரசங்கம் செய்ய கூப்பிட்டு இருந்தார்கள். அந்த கூட்டத்திற்கு ஆயிரம் பேர் அழைக்கப்பட்டிருந்தனர்.

குருவை அழைத்துக் கொண்டு வர ஒரு குதிரைக் காரன் போய் இருந்தான்.

அன்று பார்த்து ஊரில் பயங்கர மழை, கூட்டம் இரத்து செய்யப்பட்டு எல்லோரும் கலைந்து போய்விட்டார்கள்.

குரு வந்தபோது அங்கு யாருமே இல்லை. பேசுவதற்காக நிறைய தயார் செய்து கொண்டு வந்த குருவுக்கோ ஒரே ஏமாற்றம். ஒரு குதிரைக்காரனுக்காக மட்டும் பிரசங்கம் பண்ணவும் மனசில்லை.

என்னப்பா.. என்ன பண்ணலாம்?? அப்படி என்று கேட்டார்..

ஐயா...நான் குதிரைக்காரன் எனக்கு ஒண்ணும் தெரியாதுங்க.. ஆனா ஒண்ணே ஒண்ணு தெரியுங்க நான் முப்பது குதிரை வளர்க்கிறேன். புல்லு வைக்கப் போறப்ப எல்லா குதிரையும் வெளியே போயி அங்கே ஒரே ஒரு குதிரை மட்டும்தான் இருந்தது என வச்சுக்கோங்க, நான் அந்த ஒரு குதிரைக்கு தேவையான புல்ல வைத்து விட்டு தான் திரும்புவேன் என்றான்.

இது குருவை பளார் என்று அரைந்தமாதிரி இருந்தது. உடனே குரு, குதிரைக்காரனுக்கு ஒரு சபாஷ் போட்டுவிட்டு.

அவனுக்கு மட்டுமே தான் பிரசங்கத்தை ஆரம்பித்தார். தத்துவம், மந்திரம், பாவம், புண்ணியம், சொர்க்கம், நரகம் இப்படி சரமாரி போட்டு தாக்கி பிரமாதப்படுத்தினார். ஒரு வழியா பிரசங்கமும் முடிந்தது.

என்னப்பா.. எப்படி இருந்துச்சு என் பேச்சு? அப்படின்னு குதிரைக்-காரனை பார்த்து பெருமையாக கேட்டார்.

ஐயா.... நான் குதிரைக்காரன் எனக்கு ஒண்ணும் தெரியாதுங்க

.. ஆனா ஒண்ணே ஒண்ணு தெரியுங்க... நான் புல் வைக்கப் போற இடத்துல ஒரு குதிரைதான் இருந்துச்சுன்னா, நான் அதுக்கு மட்டும் தான் புல் வைப்பேன் முப்பது குதிரைக்கான புல்லையும் ஒரு குதிரைக்கு கொட்டிட்டு வரமாட்டேன்னு சொன்னான்.

அவ்வளவுதான் குருவுக்கு மயக்கமே வந்துவிட்டது.

நாங்களும் சில வேளைகளில் இப்படி தான் நாம் வாழ்கையில் எமக்கு ஏற்பட்ட ஏமாற்றங்கள் அதன் விளைவுகள் எதிர்பார்ப்புகள் மொத்தத்தையும் நம் குழந்தைகள் மீதோ மற்றவர்கள் மீதோ சுமத்த பார்க்கிறோம்.

பேசுவதற்கு முதல் சிந்திப்போம்..

6
நல்லதே செய்வோம்.. நல்லதே நினைப்போம்

விக்ரமாதித்தனும், பட்டியும் ஆறுமாதம் காட்டில் வாழ்வதற்காக வேடமிட்டு (வேற்றுருக்கொண்டு) வரம்புகளையும், வாய்க்கால்களின் கடந்து ஒரு சாலை வழியாக போய்க்கொண்டு இருக்கும் பொழுது விக்ரமாதித்தன் பட்டியை நோக்கி,

"பட்டி! மக்கள் என்னைப் பற்றி என்ன பேசிக் கொள்கிறார்கள்??" என்று கேட்டார். அதற்கு பட்டி "மன்னரே! பொறுங்கள், சற்று நேரம் கழித்து கூறுகிறேன்" என்று பதிலளித்தார். சிறிது நேரம் அவர்கள் எதுவும் பேசாமல் நடந்து சென்றார்கள்.

அப்பொழுது ஓர் இடைச்சி தலையிலே பாற்குடத்தை வைத்துக்கொண்டு கைகளை வீசி வீசி அலங்கோலமாக நடந்து வருவதைக் கண்ட விக்ரமாதித்தன் பட்டியை நோக்கி,

"பட்டி! பார்த்தாயா, அதோ வரும் பெண்ணை? அவள் பெண்ணா? அல்லது பேயா? என்று விளங்கவில்லை. ஒரு பெண் இப்படியுமா நடப்பாள்? பெண் குலத்துக்கு உரிய நாணம், மடம், அச்சம், பயிர்ப்பு, ஆகி-

யவைகளை எல்லாம் அவளை விட்டு எங்கே போய் ஒளிந்துக்கொண்டனவோ தெரியவில்லை' என்று சலித்துக்கொண்டான். அதற்கும் பட்டி எந்த மறுமொழியும் கூறவில்லை.

பேசாது இருவரும் நடந்து சென்றார்கள்.

அவள், அவர்களை மிகவும் அருகில் நெருங்கியதும் பட்டி அவளைப் பார்த்து, "விக்ரமாதித்த மன்னன் இன்று இறந்து விட்டாரே, உனக்கு தெரியுமா? என்று கேட்டான். அதற்கு அவள், "அந்த மூதேவி செத்தாலென்ன, இருந்தாலென்ன, எனக்கென்ன கவலை??" என்று பட படத்துவிட்டு தன் வழியே சென்றுவிட்டாள்.

இதைக் கேட்டதும் பட்டிக்கோ சிரிப்பு. ஆனால் விக்கிரமாதித்தனுக்கு ஏற்பட்ட கோபத்திற்கு அளவே இல்லை. அவன் பட்டியை கொலை தீர்க்கும் கண்களுடன் நோக்கி, என்ன?? பட்டி! நீ என்னை வேண்டுமென்றே அவமானப்படுத்துகிறாயா?" அவள் தன் வழியே சென்று கொண்டிருக்கும்போது விக்ரமாதித்தன் மன்னனாகிய நான் குத்துக்கல்லாக அவளின் முன் நின்று கொண்டிருக்கும்பொழுது "விக்ரமாதித்தன் மன்னன் இறந்து விட்டதாக" கூறினாய்.

அவளோ அச் செய்தியை ஒரு துரும்பாகக்கூட கருதாது என்னை ஏசி விட்டுச் சென்று விட்டாள். அவளிடம் நான் இறந்து விட்டதாக நீ ஏன் கூறவேண்டும்?? அவளிடம் இருந்து நான் சாபங்களையும், அவமானங்களையும் கேட்க வேண்டும் என்ற? நீ என்னை வேண்டும் என்றே இழிவுபடுத்துகிறாய் என்றே எனக்குத் தோன்றுகிறது" என்று உணர்ச்சியுடன் கேட்டான். அதற்கும் பட்டி முன்பு போலவே "சற்று பொருங்கள், மன்னரே!" என்று கூறினார்

இவ்வாறு அவர்கள் பேசிக்கொண்டு சிறிது தொலைவு நடந்து சென்றார்கள்.

அப்போது அவர்களை நோக்கி ஒரு விறகுவெட்டி வருவதை கண்டதும் விக்ரமாதித்தன், பட்டியை நோக்கி, "பட்டி! பார்த்தாயா அந்த விறகு வெட்டியை? இந்தத் தள்ளாத வயதில் அவன் கால் கடுக்க நடந்து காட்டிற்கு சென்று கல்லையும் முள்ளையும் பொருட்படுத்தாது மரத்தை வெட்டிப் பிளந்து விறகு கட்டிக் கொண்டு வருகிறான். அவனைப் பார்த்தால் பாவமாக இருக்கிறது என்று கூறினான். இதைக் கேட்டதும் பட்டி சிறிது சிரித்தானேயொழிய எதுவும் கூறவில்லை.

விரைவில் அவர்கள் அந்த விறகு வெட்டியை சந்தித்துக் கொண்டார்கள். அப்போது பட்டி அவனைப் பார்த்து, உனக்கு தெரியுமா? "விக்ரமாதித்தன் மனிதன் இன்று காலையில் இறந்து விட்டார்" என்று கூறினார்.

விறகுவெட்டி அவனுடைய தலையில் இடி விழுந்தது போல, தலையிலிருந்த விறகு கட்டை அப்படியே கீழே போட்டு விட்டு, "ஐயோ மன்னர் இறந்து விட்டாரா?? அந்த சிங்கம் இறந்துவிட்டாரா?? அந்த செங்கோல் மன்னன் இறந்து விட்டாரா?? இனிமேல் எங்களை யார் பார்த்துக் கொள்வது? யார் காப்பாற்றுவது? இனி எங்களுக்கு யார் நீதி கூறுவது? இனி நாங்கள் எப்படி இந்த நாட்டிலே வாழ்வது? என்று கண்ணீர் விட்டு கதறி அழுது துடித்துக் கீழே விழுந்தான்.

அவனுக்கு ஆறுதல் மொழி கூறி அனுப்பிவிட்டு, விக்கிரமாதித்தனும் பட்டியும் தங்கள் வழியே சென்றார்கள்.

அப்பொழுது விக்ரமாதித்தன் பட்டியை நோக்கி, பட்டி உன்னுடைய மாயத் திருவிளையாடல்கள் என்னவென்று எனக்கு விளங்கவில்லை.

தன் வழியில் சென்று கொண்டிருந்த அந்த இடைச்சியிடம் நான் இறந்து விட்டதாக கூறியதும், என் இறப்பு செய்தியை அவள் ஒரு துரும்பைக்கூட கருதாது, என்னை ஏசி திட்டி விட்டு சென்றாள்.

அதே செய்தியை இந்த விறகு வெட்டியிடம் கூறியதும் அவன் துடி துடித்து விழுந்து கதறி அழுது விட்டான்.

ஏன்? நீ ஏன் நான் உயிரோடு இருக்கும்போது இறந்து விட்டதாக அவர்களிடம் பொய் சொல்னாய் என்று எனக்கு விளங்கவில்லை என்று கூறினார். அதற்கு பட்டி.. "மன்னரே! தங்களைப் பற்றி மக்கள் என்ன பேசிக் கொள்கிறார்கள்" என்று சற்று முன் தங்கள் என்னிடம் கேட்டீர்கள் அல்லவா? அதற்கு பதில் தான் இவை இரண்டும்.

அவள்மீது தங்கள் அணுவளவேனும் அன்பு செலுத்த வில்லை. எனவே, அவளும் தங்கள் மீது அன்பு செலுத்தாத, மூதேவி செத்தால் என்ன? இருந்தால் என்ன? என்று கூறி சென்றுவிட்டாள்.

ஆனால், பின்னர் வந்த விறகுவெட்டி மீது தாங்கள் அளவற்ற அன்பு செலுத்தினீர்கள். அவர்மீது இரக்கப்பட்டீர்கள். அவனும் உங்கள் மீது அளவற்ற அன்பு செலுத்தினான். தங்களுக்காக கண்ணீர்விட்டு அழுதான்.

ஆதலில், மக்கள் காவலனாகிய தாங்கள், மக்கள் மீது எவ்வாறு அன்பு செலுத்துகிறார்களோ அவ்வாறே மக்களும் தங்கள் மீது அன்பு செலுத்துவார்கள்.

மக்கள் தங்களைப் பற்றி என்ன பேசிக் கொள்கிறார்கள், என்று தாங்கள் என்னை வீணாக கேள்வி கேட்க வேண்டிய தேவையே இல்லை.

தாங்கள் அவர்களை விரும்பினால் அவர்களும் உங்களை விரும்புவார்கள். நீங்கள் வெறுத்தால் அவர்களும் உங்களை வெறுப்பார்கள் என்றான்.

இதைக் கேட்டதும் விக்கிரமாதித்தன் பட்டியை நோக்கி, நீ தான் அறிஞர்! உன்னை அமைச்சனாக பெற்ற நான் பெறும் பேறு பெற்றவன் என்று மகிழ்ந்தான்.

"நாம் எதை விதைக்கிறோமோ, அதையே அறுவடை செய்வோம்".

7
தோல்வி ஒரு பாடமே...

வாழ்க்கையில் முன்னேற, குன்றாத உழைப்பு, குறையாத முயற்சி, வெற்றி பெறுவோம் என்ற தன்னம்பிக்கை - இம்மூன்றும் இருந்தால் போதும்
- தாமஸ் ஆல்வா எடிசன்

தாமஸ் ஆல்வா எடிசன் மின்குமிழை கண்டுபிடித்து அதை எரிய விடும் முயற்சியில் ஈடுபட்டார். தோல்விகளை தான் முதலில் சந்தித்தார். துவண்டு விடவில்லை, அது எரியாது என்கிற முடிவுக்கு வரவில்லை. நம்மால் இதை எரிய வைக்க முடியாது என்று எண்ணிவிடவுமில்லை.

எரிய வைப்பது அவருடைய குறிக்கோள். தவறுகளை திருத்திக் கொண்டு எரிய வைக்கும் முயற்சியில் மீண்டும் மீண்டும் ஈடுபட்டார். பல்லாயிரம் (50,000) கணக்கான முறை தோல்வியும் கண்டார். மின்குமிழை எரிய வைப்பது என்கிற லட்சியத்தில் அவர் உறுதியாக இருந்ததால் தொடர்ந்து முயற்சி செய்து கொண்டே போனார்.

முயற்சி வீண் போகவில்லை, அது ஒரு போதும் வீண் போனதில்லை. மின்குமிழ் எரிந்தது. "மின்சார மின்குமிழ்" கண்டுபிடிக்கப்பட்டது. (21ஆம் திகதி அக்டோபர் மாதம் 1879)

தாமஸ் ஆல்வா எடிசனின் விடாமுயற்சியின் பலனைத்தான் இன்றைக்கு மனித இனம் அனுபவித்துக் கொண்டிருக்கிறது.

மின்சார மின்குமிழ்கள் பத்து நிமிடம் எரியாவிட்டால் வீட்டில் இருள் சூழ்ந்து விடுகிறது. ஊரே இருளில் மூழ்கிப் போகிறது. ஒரு தனி மனிதனின் உழைப்பும் விடாமுயற்சியும் உலகத்திற்கு எவ்வளவு பெரிய வசதியை செய்து கொடுத்திருக்கிறது.

மின்குமிழை எரிய விடுவதில் தான் அடைந்த தோல்விகளைப் பற்றி தோமஸ் ஆல்வா எடிசன் என்ன சொல்கிறார்??

"ஒவ்வொரு தோல்வியையும் ஒரு பாடமாக நான் எடுத்துக் கொண்டேன். என்னென்ன வழிகளில் அந்த பரிசோதனையை செய்யக்கூடாது என்று தெரிந்து கொண்டேன். ஆகவே தோல்வியை மட்டும் வைத்து என்னுடைய உழைப்பு வீணாகி விட்டதாக நான் கருதவில்லை. நான் வெற்றி பெறாமல் போயிருந்தாலும் கூட, என்னுடைய தோல்விகளை வைத்து மற்றவர்கள் அந்த பரிசோதனையை எவ்வாறு செய்யக்கூடாதென்று தெரிந்து கொண்டிருப்பார்கள். அந்த விதத்தில் என்னுடைய தோல்விகள் அவர்களுடைய நேரத்தை மிச்சப்படுத்தியிருக்கும்."

இதேபோல் இன்னும் பல அறிவியல் ஆய்வுகளை பார்த்தால்,

பறப்பதற்கு மனிதன் முயற்சித்தான், எப்படி எனில் பலூன்களில் ஏறிப் பறந்தார்கள். பலூன் வெடித்து கீழே விழுந்து பலர் இறந்தனர். ஆனால், அதற்கான முயற்சி நின்றுவிடவில்லை. பெரிய இறக்கைகளைக் கட்டிக் கொண்டு குன்றுகளின் உச்சியிலிருந்து குதித்த பறக்க முயன்று பாறைகளில் மோதி பரிதாப மரணம் அடைந்தவர்களும் உண்டு.

இயந்திரங்களின் மூலம் செப்லின், ரைட் சகோதரர்கள் ஆகியோர் பறக்க முயன்று வெற்றி பெற்றார்கள்.

ஆக, அறிவியல் ஆய்வுகளை மேற்கொண்டவர்கள், ஏற்படும் தோல்விகளை பாடமாக எடுத்துக் கொள்கிறார்கள். தவறுகளைத் திருத்திக் கொண்டு புதிய திட்டங்களை போடுகிறார்கள். வெற்றி காணும் வரை உழைக்கிறார்கள். விடாமுயற்சியுடன் உழைக்கிறார்கள்.

இந்த உழைப்பு பலனை நோக்கமாகக் கொண்டு நடைபெறுகிற உழைப்பு, ஒரு குறிக்கோளை நிர்ணயித்துக் கொண்டு அதை நோக்கி செய்யப்படுகிற உழைப்பு.

ஆகவே, குறிக்கோளை நிர்ணயிப்பதும், அதை அடைய குறுகிய கால, நீண்ட கால திட்டங்கள் போடுவதும், அந்தத் திட்டங்கள் நிறைவேற அயராது உழைப்பதும், அதில் தோல்விகள் ஏற்படும் போது அதை பாடமாக ஏற்றுக்கொண்டு தவறுகளை திருத்தி மேலும் முயற்சிப்பதும்

சிறந்தது.

நிச்சயமாக, உங்களுடைய வாழ்க்கை பயணத்திற்கு இந்த மனப்பான்மை உறுதியான ஆதாரமாக அமையும்.

முயற்சிப்பவர்களுக்கு தோல்வி ஒரு பாடமே...

8
சிறகை விரித்து சுதந்திரமாய் பற..

ஒரு காட்டுக்குள் இருந்த மரத்தின், மரப்பொந்தில் ஒரு அழகான பறவை குடியிருந்தது. அதன் இறக்கைகள் பல வண்ணத்தில் அழகாக இருக்கும். ஆனால் அது ஒரு பெரிய சோம்பேறி. மரப்பொந்தை வெட்டு வெளியில் எங்கும் போகாது. தன்னை நாடி வரும் சிறு பூச்சி புழுக்களை மட்டுமே உணவாக உண்ணும்.

இரவு முழுவதும் மரப்பொந்தில் தூங்கும். விடிந்து விட்டால் மரக்கிளையில் உட்கார்ந்து வேடிக்கை பார்த்துக் கொண்டே இருக்கும். இப்படியே அதனுடைய காலம் போய்க் கொண்டிருந்தது, சில நாட்களாக எந்த ஒரு பூச்சி புழுவும் பறவை நாடி வரவில்லை, இதனால் அந்தப் பறவைக்கு அடிக்கடி உணவு கிடைக்காமல் பட்டினி கிடக்க வேண்டிய சூழ்நிலை ஏற்பட்டது.

வெளியே போய் கஷ்டப்பட்டு உணவு தேடுகிற வேலை இல்லாமல் நமக்கு தினமும் உணவு கிடைக்க ஏதாவது வழி கிடைக்குமா? இல்லையா? என்று யோசித்துக் கொண்டிருந்தது.

பறவையின் புலம்பல் அந்தப் பக்கம் வந்த ஒரு வியாபாரிக்கு தெளிவாக கேட்டது. பறவையோ பார்ப்பதற்கு அழகாக இருந்தது. இதை பயன்ப-

டுத்தி கொள்ள வேண்டும் என நினைத்த அவன் பறவையிடம் போய்,

நீ விரும்புகிற மாதிரி இருந்த இடத்திலேயே உனக்கு உணவு கிடைக்க உதவி செய்கிறேன். அதற்கு கைமாறாக நீ உன்னுடைய அழகான சிறகை எனக்கு தர வேண்டும் என்று சொன்னான்.

உடனே தன் உடம்பிலிருந்து ஓர் சிறகை வாயால் கடித்து இழுத்து, உயிர் போகும் அந்த வலியைத் தாங்கிக் கொண்டு அந்த மனிதனிடம் கொடுத்தது. அவனும் அதற்கு கைமாறாக கொஞ்சம் பூச்சி புழுக்களை கொண்டுவந்து கொடுத்தான்.

இது அன்றாடம் நடக்க ஆரம்பித்தது. தினமும் அந்த மனிதன் உணவு கொண்டுவருவான் பறவை சிறகை கொடுக்கும். இப்படியே நாட்கள் நகர நகர ஒரு கட்டத்தில் பறவையின் உடம்பு 'உரித்த கோழி' போல் ஆகி-விட்டது.

சில நாட்களாக அந்த மனிதனையும் காணவில்லை. ஏனென்றும் பறவைக்கும் புரியவில்லை. கவலையோடு காத்திருந்தது.

ஓர் நாள் மனிதன் அங்கு வந்தான், அவன் பறவையிடம் வந்து உனக்கு இறக்கைகள் மீண்டும் வளரட்டும், நான் அப்போது உனக்கு உணவு கொண்டு வருகிறேன் என்று சொல்லிவிட்டு போய்விட்டான்.

பறவைக்கோ கடுமையான பசி, ஏமாற்றம்... உணவு தேடி வெளியே போக வேண்டிய கட்டாயம்.

பொந்தை விட்டு வெளியே வந்து, பறக்க முயன்றபோது தான் தனக்கு சிறகுகள் இல்லை என்ற உண்மை உரைக்க தொடங்கியது. தத்தித்தத்தி குதித்து போய் ஏதாவது உணவு கிடைக்குமா என்று தேட முயற்சி செய்-தது.

அப்போது வானத்தில் வட்டமிட்டுக் கொண்டிருந்த பருந்துக்கு இந்த சிறகு இல்லாத பறவை "சில்லி சிக்கன்" மாதிரி தெரிந்தது. அது பறந்து

வந்து அலாக்காக தூக்கி சென்றது.

அழகாக வண்ண வண்ண சிறகை விரித்து சுதந்திரமாய் பறந்து திரிய-வேண்டிய பறவை, சோம்பேறியாய் எந்த முயற்சியும் உழைப்பும் இல்லாமல் இருந்த இடத்தை விட்டு வெளியே வருவதற்கு விரும்பாத காரணத்தினால் இப்படி மாட்டிக்கொண்டது.

இப்படி தான், வாழ்க்கையில் சிலருக்கு எல்லா வசதி வாய்ப்பும் இருக்கும். ஆனால் எந்தவிதமான முயற்சிகளிலும் ஈடுபடாமல் சோம்பேறியாய் இருப்பார்கள்.

சிறந்த பயனை பெற வேண்டுமென்றால் நாலுபேர் பாராட்டும் வகையில் சாதனை செய்தால் தான் பெற முடியும். பூர்வீக சொத்து இருக்கிறது. பெற்றோர் பார்த்துக்கொள்வார்கள் என்று உட்கார்ந்து சாப்பிட்டால், வீண் செலவு செய்தால் காலப்போக்கில் அது கரைந்து போய் விட்டால் என்ன செய்வது?? அதனால் "சோம்பி" திரிவதை விட்டு மற்றவர்களுக்கோ நமக்கோ பயன்படுகிற வகையில் நாம் செயல்பட்டால், நிச்சயம் அது பயனுள்ள வெற்றியைத் தரும்.

9
குப்பைகளை தூக்கி தூர போடு ..

ஒரு நாள் காலை ஒரு சிறிய எறும்பு ஒரு இறகை தூக்க முடியாமல் தூக்கி செல்வதை பார்த்தேன். அது என்னதான் செய்கிறது என்று அதையே பார்த்து கொண்டு இருந்தேன்.

அந்த எறும்பு போகின்ற வழியில் நிறைய தடைகள் இருந்தன, அது சில நேரம் தூக்கி கொண்டும் சில நேரம் அந்த இறகை இழுத்து கொண்டும் சென்றது. ஒரு இடம் வந்ததும் சிறிய இடைவெளி ஒன்று இருந்தது, அது தன் முன் காலால் தூக்கி வைத்து பார்த்தது பின்பு பின் காலால் நீட்டி எக்கி பார்த்தது அந்த எறும்பால் முடியவில்லை.

இறகை வைத்து விட்டு சுற்றி சுற்றி வந்தது. பிறகு, அந்த இறகை எடுத்து கொஞ்சம் கொஞ்சமாக நகர்த்தி இடைவெளி மீது பாலம் மாதிரி வைத்து விட்டு, இந்த வழியாக ஏறி அந்த வழியாக இறங்கி விட்டது. மீண்டும் அந்த இறகை தூக்கி கொண்டுநடக்க ஆரம்பித்தது.

நான் மிகவும் ஆச்சரியப்பட்டு போனேன். ஒரு சிறிய எறும்பு எவ்வளவு இலாவகமாக இந்த பக்கம் இருந்து அந்த பக்கம் சென்றது, ஆனால் ஆறறிவு படைத்த நாம் சிறிய இடர்வந்தாலும் துவண்டு போகிறோம்.

அந்த எறும்பு கடைசியாக அதன் வீட்டை அடைந்தது. அந்த எறும்பின் வீட்டு நுழைவுவாயில் ஒரு சிறிய ஓட்டை மட்டுமே இருந்தது. அது அந்த இறகை உள்ளே எடுத்து செல்ல எவ்வளவோ முயற்ச்சி செய்து பார்த்தும், எறும்பால் முடியவில்லை. ஒரு கட்டத்தில் அது அந்த இறகை தூக்கி போட்டுவிட்டு சென்றுவிட்டது.

எறும்பு அந்த இறகை அங்கு இருந்து எடுத்து வரும்போது அது சுமை-யாக தெரியவில்லை எப்போது அது தனக்கு பயன்படாது என்று தெரிந்-ததோ அப்போதே அதை தூக்கி போட்டுவிட்டு தன் வேலையை பார்க்க தொடங்கிவிட்டது.

நம் வாழ்க்கையும் இப்படித்தான். பல சமயம் தேவையில்லாத குப்பை-களை சுமந்துகொண்டுகஷ்டப்படுறோம்.

அந்த எறும்பு மாதிரி நம் வாழ்க்கையில் நம்ம முன்னேற்றத்திற்கு தடை-யாக இருக்கின்ற எல்லாத்தையும் தூக்கிப் போட்டுவிட்டு நமது இலட்சி-யதை நோக்கி பயணிக்க வேண்டும்.

எந்த ஒரு தோல்வியோ கஷ்டமோ நம்முடைய வாழ்க்கையின் இலட்சி-யத்துக்கு முட்டுக்கட்டையாக அமைந்துவிடக்கூடாது.

10
இலக்கினை அடையும் வரையில்..

ஒரு பெரிய மரத்தில் பல அணில்கள் வசித்து வந்தன. ஒரு நாள் அவை ஒரு பந்தயம் நடத்தின. யார் முதலில் மரத்தின் உச்சியை அடைவது என்று போட்டி. நூற்றுக்கணக்கான அணில்கள் மடமடவென்று ஏறத் தொடங்கின.

கொஞ்ச தூரம் போனதுமே அணில்களுக்கு தெரிந்துவிட்டது. இது தங்கள் சக்திக்கு இயலாத காரியமென்று. "முடியாது. முடியவே முடியாது" அணில்களில் ஒரு கூட்டம் பந்தயம் தொடங்கி சில நிமிடங்களுக்கு உள்ளாகவே விலகிக் கொண்டது.

இன்னும் கொஞ்ச தூரம் போனதும் மீதியிருந்த அணில்களில் கணிசமானவை விலகிக் கொண்டன. "உயரத்தை அடையும்போது நமக்கு உயிர் இருக்காது" என்று கத்தின.

ஒரே ஒரு குட்டி அணில் மட்டும் மூச்சைப் பிடித்துக்கொண்டு முன்னே-

றிக் கொண்டே இருந்தது. கீழே இருந்த அணில்கள் எல்லாம் பெருங்-குரல் எடுத்து கத்தின.

"தற்கொலை முயற்சிடா சின்னவனே.. வேண்டாம் டா இந்த விபரீதம்" எந்த எச்சரிக்கையையும் பொருட்படுத்தாமல் மேலும் சில நிமிடங்களில் உச்சியை அடைந்தது அந்த குட்டி அணில்.

எல்லாப் அணில்களுக்கும் ஆச்சரியம். எப்படி இவனால் மட்டும் ஜெயிக்க முடிந்தது. அந்த குட்டிப் அணிலின் அண்ணன் "அவனுக்கு காது கேட்காது" என்ற இரகசியத்தை போட்டு உடைத்தது.

நாமும் சில நேரங்களில் இப்படி தான் இருக்க வேண்டும். வெற்றியை எட்ட நினைப்பவர்கள் எதையும் காதில் போட்டுக் கொள்ளக்கூடாது.

நம்மை சிதைக்க எப்பேர்ப்பட்ட மோசமான கருத்துக்கள் கூறப்பட்டாலும் நாம் எதையும் பொருட்படுத்தாது, முன்னேறிக் கொண்டே இருக்க வேண்டும்.

பொறுமையைவிட மேலான தவமுமில்லை. திருப்தியை விட மேலான இன்பமுமில்லை. இரக்கத்தை விட உயர்ந்த அறமுமில்லை.மன்னித்தலை விட ஆற்றல் மிக்க ஆயுதமில்லை...!

தோல்விகள் சூழ்ந்தாலும். இருளை விளக்கும் கதிரவன் போல அதனை நீக்கி அடுத்தடுத்த வெற்றி படியில் கால் அடி எடுத்து வையுங்கள். முடியும் வரை அல்ல, உங்கள் இலக்கினை அடையும் வரையில்.

11
மனம் திறமைகளின் கடல்..

ஜப்பானில் பத்து வயதுப் பையன் ஒருவன் இருந்தான். ஜூடோ சாம்பியனாக வேண்டும் என்பது அவனுடைய கனவு. ஆனால் அவனுக்கு இடது கை கிடையாது. கையும் காலும் வலுவாய் இருப்பவர்களுக்கே ஜூடோ சாம்பியன் ஆவது சிம்ம சொப்பனம். கையில்லாத பையன் என்ன செய்வான்?

பல மாஸ்டர்களிடம் போனான். எல்லோரும் அவனை பரிதாபமாய்ப் பார்த்துவிட்டு திருப்பி அனுப்பிவிட்டார்கள். கடைசியில் ஒரு குரு அவனுக்கு ஜூடோ கற்றுத் தர ஒப்புக் கொண்டார். பயிற்சி ஆரம்பமானது. குரு ஒரே ஒரு தாக்குதலை மட்டும் அவனுக்குக் கற்றுக் கொடுத்தார்.

நாட்கள், வாரங்கள், மாதங்கள் ஓடின. குரு வேறு எதையும் கற்றுக் கொடுப்பதாகத் தெரியவில்லை. பையன் சோர்ந்து போனான் "குருவே.. ஜூடோ சேம்பியன் ஆக இந்த ஒரு தாக்குதல் தெரிந்தால் மட்டும் போதாதே. வேறு எதுவும் சொல்லித் தருவீர்களா?" என்றான். "இந்த ஒரே ஒரு தாக்குதலில் நீ வல்லவன் ஆனால் போதும்" என்றார் குரு. குரு சொல்லிவிட்டால் மறு பேச்சு ஏது? பையனும் பயிற்சியைத் தொடர்ந்தான்.

சாம்பியன்களுக்கான போட்டி ஆரம்பமானது ... முதல் போட்டி. சர்வமும் கற்றுத் தேர்ந்த எதிராளி. ஒரே ஒரு தாக்குதல் மட்டும் தெரிந்த இந்தப் பையன். போட்டி ஆரம்பமானது. எல்லோரும் ஆச்சரியப்படும் விதமாக பையன் வெற்றி பெற்றான்.

இரண்டாவது போட்டி. அதிலும் அவனுக்கே வெற்றி. அப்படியே முன்னேறி அரை இறுதிப் போட்டி வரை வந்தான். அதிலும் கொஞ்சம் போராடி ஜெயித்து விட்டான். கடைசிப் போட்டி. எதிரே இருப்பவன் பலமுறை சேம்பியன் பட்டம் பெற்றவன். ஒரு கை இல்லாத எதிராளியைப் பார்த்து அவனுக்கு கொஞ்சம் பரிதாபமும், இளக்காரமும். பையன் சளைக்கவில்லை. போட்டி ஆரம்பமானது.

முதல் சுற்றில் பையனை அடித்து வீழ்த்தினான். பையனின் நிலையைக் கண்டு பார்வையாளர்களுக்கு அதிர்ச்சி. போட்டியை நிறுத்திவிடலாமா என்கின்றனர், போட்டி நடத்துபவர்கள். "வேண்டாம்., பையன் சண்டையிடட்டும்" என்கிறார் குரு. இந்தப் பையனோடு போரிட இனிமேல் பாதுகாப்புக் கவசம் தேவையில்லை என எதிராளி அலட்சியமாய் வந்திறங்கினான்.

பையன் தனக்குத் தெரிந்த அந்த ஒரே தாக்குதலை பலமாய் நிகழ்த்தினான். எதிராளி வீழ்ந்தான். பையன் சாம்பியனானான். பார்வையாளர்கள் நம்ப முடியாமல் பார்த்தார்கள், போட்டியாளர்களுக்கு ஆச்சரியம். அந்தப் பையனுக்கே தனது வெற்றியை நம்ப முடியவில்லை.

அன்று மாலை குருவின் பாதங்களில் பணிந்த அவன் கேட்டான், "குருவே , நான் எப்படி இந்த போட்டியில் வெற்றி பெற்றேன் ? ஒரே ஒரு தாக்குதலை மட்டும் வைத்துக் கொண்டு வெற்றி பெற்றிருக்கிறேனே " என்றான்.

புன்னகைத்தபடியே குரு சொன்னார் "உனது வெற்றிக்கு இரண்டு காரணங்கள். ஒன்று ஜூடோவிலுள்ள மிகக் கடுமையான ஒரு தாக்குதலை நீ கற்றுத் தேர்ந்திருக்கிறாய். இரண்டாவது இந்தத் தாக்குதலைத் தடுக்க வேண்டுமானால் எதிராளிக்கு ஒரே ஒரு வழி தான் உண்டு. உனது இடது கையைப் பிடிக்க வேண்டும். உனக்குத் தான் இடது கை கிடையாதே ! உன்னுடைய அந்த பலவீனம் தான் பலமானதாய் மாறி உன்னை சாம்பியன் ஆக்கியிருக்கிறது ! "குரு சொல்லச் சொல்ல பையன் வியந்தான்.

தனது பலவீனமே பலமாய் மாறிய அதிசயத்தை நினைத்து நினைத்து ஆனந்தித்தான்.

நமது மனம் திறமைகளின் கடல். அதில் முத்தெடுப்பதும் நத்தையெடுப்பதும் மூச்சடக்கி நாம் மூழ்குவதைப் பொறுத்தது. ஒவ்வொரு மனிதனுக்கும் வாழ்க்கை தனித் தனித் திறமைகளைக் கொடுத்திருக்கிறது.

12
காலம் அதற்கு இடம் தராது..

ஒரு காட்டில் கரையான்கள் ஒன்று கூடி ஒரு புற்றை கட்டுவது என்று தீர்மானித்தன. அதற்கான இடத்தை தேர்வு செய்து புற்றுக்கு உகந்த மண்ணை தேர்ந்தெடுத்து புற்றை கட்டத்தொடங்கின.

அந்த இடத்திற்கு ஒரு பாம்பு வந்தது. கரையான்கள் கடுமையாக வேலை செய்வதைப் பார்த்தது. அன்றிலிருந்து கரையான்கள் வேலை செய்யும் இடத்திற்கு வருவதும், வேடிக்கை பார்ப்பதும் வழக்கமாக கொண்டிருந்தது பாம்பு. இப்படியே ஒரு வருடகாலம் சென்றது. கரையான்கள்

புற்றை கட்டி முடித்தன. பாம்பு பேசியது.

கரையான்களே! நீங்கள் கட்டிய புற்று அருமையாக இருக்கிறது. நான் ஒருமுறை உள்ளே சென்று பார்க்கட்டுமா?" என்று கேட்டது.

கரையான்கள் சம்மதித்தன. பாம்பு புற்றுக்குள்ளே சென்று பார்த்தது. பாம்பு வெளியேவரும் என்று கரையான்கள் காத்திருந்தன. அது வெளியே வரவில்லை. கரையான்கள் வெளியிலிருந்து பாம்பை கூப்பிட்டன.

புற்று வசதியாக இருக்கிறது. இனி இது என்னுடையது. வேண்டுமென்றால். நீங்கள் இன்னொரு புற்றை கட்டிக்கொள்ளுங்கள். இங்கிருந்து கிளம்புங்கள் இல்லையென்றால் என் விஷத்துக்கு இரையாவீர்கள் என்று மிரட்டியது பாம்பு.

சோகத்தோடு கிளம்பின கரையான்கள். வழியில் சாதுவை சந்தித்து நடந்தவற்றை சொல்லி வருத்தப்பட்டன. சாது பாம்பிடம் பேசினார்.

பாம்பே! புற்றை உருவாக்கிக்கொள்ளும் ஆற்றல் உனக்கில்லை. அடுத்தவன் உழைப்பை திருடுகிறாயே அடுத்தவன் உழைப்பை பலத்தால் பெறுவது நியாயமல்ல என்றார்.

பாம்பு பேசியது.

சாதுவே! உலகத்தில் பலசாளிகள் வைத்ததுதான் சட்டம் என்பது உங்களுக்குத் தெரியாதா? பலசாளியிடம் நியாயத்தை எதிர்பார்ப்பது முட்டாள்தனம் என்று சொல்லிவிட்டு நகர்ந்தது.

கரையான்கள் அழுதுகொண்டே அந்த இடத்தைவிட்டு நகர்ந்தன. சாதுவும் நகர்ந்தார். சில மாதங்கள் சென்றன.

பாம்பு தனது குடும்பத்தோடு புற்றில் வசதியாக வசித்து வந்தது.

ஒரு நாள் பாம்பு தனது குட்டிகளோடு புற்றிற்கு வெளியில் திரிந்து கொண்டு இருந்தது. அப்போது அங்கு வந்த பருந்து பாம்பை கொத்திக்-கொண்டு பறந்தது. குட்டிகள் கதறின. வானத்தில் பறந்து கொண்டிருந்த பருந்து பொத்தென்று பாம்பை கீழே போட்டது.

பாம்பு விழுந்த இடம் சாதுவின் ஆசிரம வாசல். உயிர் பிரியும் தரு-வாயில்

சாதுவிடம் பேசியது பாம்பு.

சாதுவே! நான் இல்லாமல் குட்டிகளால் வாழ முடியாது. ஆகவே என்னைக் காப்பாற்றுங்கள் என்று கெஞ்சியது.

அதற்கு சாது 'பாம்பே! விதி சொல்லிக்கொடுக்கும் பாடம் ஒன்றைத் தெரிந்துகொள். வலிமை பலம் என்பது நிரந்தரமல்ல. இன்று எவற்றை-யெல்லாம் பலமாக உணர்கிறாயோ அவற்றையெல்லாம் நாளை பலவீ-னமாக உணர்வாய். அதே போல இன்று பலவீனமாக பார்க்கப்படுபவை பலமாக மாறும் காலமும் வெகு தொலைவில் இல்லை.

ஆகையால் பலவானாக இருக்கும்போது பக்குவமாகவும் பிறருக்கு கெடுதல்

செய்யாமலும் வாழ்ந்திருக்க வேண்டும். ஆனால் நீ அப்படி வாழ-வில்லை. கரையான் என்ற வலிமையில்லாத எதிரியை நீ தேர்ந்தெடுத்-தாலும் பருந்து என்ற பலமான எதிரிக்கு பதில் சொல்லும் நிலைக்கு காலம் உன்னை தள்ளியிருக்கிறது''.

பாம்பே! நிதர்சனமான ஒரு உண்மையைத் தெரிந்துகொள். அடுத்தவனை வருத்தி அதை ரசிக்கும் உன் குணத்தை இந்த உலகம் வேண்டுமானால் மறந்து போகலாம். ஆனால் நீ கீழே விழும்போது காலம் அதை உன் நினைவில் கொண்டு வரும்.

அப்போது அதை தாங்கும் சக்தி உனக்கோ உன் சந்ததிகளுக்கோ இருக்காது. உன் சந்ததிகள் உன் பாவத்தை பங்காக பிரித்துக்கொள்வார்கள்'' என்று சொல்லிவிட்டு சாது சென்றார்.

அதற்குப் பிறகு பாம்பு என்ன செய்தது என்பது நமக்கு முக்கியமல்ல. காரணம் காலம் அதை தன் பிடியில் எடுத்துச் சென்றுவிட்டது. பலம் பொறுந்திய ஒருவனின் அராஜகம் அகந்தை கோபம் ஆகியவற்றை காலம் ஒருநாள் எடுத்துச் சென்றுவிடும். அப்போது உணர்ந்து பார்க்கலாம் என்றால் காலம் அதற்கு இடம் தராது.

13

திசைகாட்டும் கருவி.

இந்தக் கதையில் நீங்கள் தான் முக்கிய கதாப்பாத்திரம்.

ஒரு நாள், ஒரு விமானியுடன், ஒற்றை பயணியாக, விமானத்தில் பயணம் செய்து கொண்டு இருக்கிறீர்கள். திடிரென்று விமானத்தின் இஞ்சின் பழுதடைந்து விடவே, விமானம் ஆகாயத்தில் தடுமாறுகிறது. எந்த நேரத்திலும் விமானம் விபத்துக்குள்ளாகும் நிலைமை வருகிறது. அப்போது விமானி உங்களிடம், பாராஷூட் ஒன்றை கொடுத்து, தப்பி விடுமாறு உதவுகிறார். நீங்களும் பாராஷூட்டை எடுத்துக் கொண்டு வானிலிருந்து குதித்து விடுகின்றீர்கள்.

ஆனால், சோதனையாக அந்த பாராஷூட்டோ உங்களை ஒரு அடர்த்தியான காட்டிற்குள் எடுத்துச் சென்றது. சில நொடிகள் சுற்றி முற்றி பார்க்கின்றீர்கள்

அப்போது ஒரு பலகையில் காட்டின் இரு விதிகள் எழுதப்பட்டிருக்கிறது.

முதல் விதி, மனிதர்கள் எவரேனும் தவறுதலாக காட்டிற்குள் நுழைந்து விட்டால் சரியாக ஒரு மணி நேரத்தில் காட்டின் மிகக் கொடிய விலங்குகள் மனிதர்கள் இருக்கும் இடத்திற்கு மோப்பம் பிடித்து வந்து சேரும். எனவே ஒரு மணி நேரத்திற்குள் அந்த காட்டை விட்டு நீங்கள் தப்பித்தாக வேண்டும்.

இரண்டாவது, கிழக்கு பக்கமாக சென்றால் மட்டும் தான் அந்தக் காட்டை விட்டு வெளியே செல்ல முடியும்.

மீண்டும் ஒருமுறை சுற்றிலும் பார்க்கின்றீர்கள். கிழக்கு திசை எங்கு இருக்கிறது என்று தெரியவில்லை. என்ன செய்வது என்று ஒரு யோசனையும் வரவில்லை. காட்டு விலங்குகளின் பசிக்கு இரையாகி விடுவோமோ என்ற அச்சம் வேறு ஒரு பக்கம்.

அப்போது அந்த இடத்தில் திடிரென்று ஒரு தேவதை உங்கள் முன் தோன்றுகிறது. உங்களின் சூழ்நிலையை புரிந்து கொண்டு, உங்களிடம் இரு பொருள்களை நீட்டுகிறது.

ஒன்று, மணிப் பார்க்கும் கடிகாரம். அதன் மூலம் உங்களுக்கு இன்னும் எவ்வளவு நேரம் தப்பிக்க இருக்கிறது என்பதை கணக்கிட்டுக் கொள்ளலாம். ஆனால், அதை வைத்துக் கொண்டு திசையை கண்டுபிடிக்க இயலாது.

மற்றொன்று, திசைக் காட்டும் கருவி. இந்தக் கருவி மூலம் உங்களுக்குத் தப்பிச் செல்வக் கூடிய திசை தெரியும். ஆனால், நீங்கள் தப்பிக்க எவ்வளவு நேரம் மீதம் உள்ளது என்று தெரியாது.

தேவதை, உங்களிடம் இந்த இரு பொருள்களையும் காண்பித்து, "நான் உனக்கு உதவ முடியும். ஆனால் இந்த இருப்பொருட்களில் எதாவது ஒன்றை தான் என்னால் உனக்கு தரமுடியும். உனக்கு எது வேண்டும்?" என்று கேட்கிறது.

இத்தகைய சூழ்நிலையில் நீங்கள் எந்தப் பொருளை தேர்வு செய்வீர்கள்? எது உங்களுக்கு மிக முக்கியமானதாக தோன்றும்? திசையா, நேரமா? வேகமா, வழியா?

ஆம், உங்கள் யூகமும் பதிலும் சரிதான். திசைகாட்டும் கருவி தான் உங்களுக்கு அதிக தேவையாக இருக்கும்.

இந்தக் கதைக்கு மட்டுமல்ல. நம் வாழ்க்கைக்கும் இதே நிலை தான். பல பிரச்சினைகள் நமக்கு வரும் போதும், சரியான திசையில் செல்லக் கூடிய முடிவே பெரிய வெற்றியை பெற்றுத் தருகிறது.

14

வாழ்க்கை என்னும் மாய வேட்டை.

ஒரு ஊரில் ஒரு சிறுவன் வாழ்ந்து வந்தான். அவனின் தாத்தா மகாராஜாவின் அரண்மனையில் பணியாற்றினார். அவருடைய முக்கிய வேலை ராஜாவுடன் காட்டுக்கு வேட்டையாடச் செல்வது.

வேட்டையாடுவதில் தாத்தா கில்லாடி. கொடிய காட்டுமிருகங்களைக் கொஞ்சம் கூடப் பயமில்லாமல் சர்வசாதாரணமாக வேட்டையாடுவார் என்று சொல்லி சிறுவன் கேள்விபட்டிருக்கிறான்.

ஒருநாள், "தாத்தா... கும்மிருட்டாக இருக்கும் காட்டுக்குள் வேட்டையாடப் போகிறீர்களே, உங்களுக்குப் பயமாக இருக்காதா?" என்று சிறுவன் தாத்தாவிடம் கேட்டான்.

"அடே பையா... வேட்டைக்குப் போவதே அந்த த்ரில்லுக்காகத்தானே!" சிரித்தார் தாத்தா.

ஆமாம். வேட்டைக்குப் போவதென்பது அவருக்கு ஒரு ஜாலியான பொழுதுபோக்காகத்தான் இருந்திருக்கிறது. காடு என்பது பயங்கரமான பிரதேசம். எந்தப் புதரிலிருந்து எந்தக் காட்டுமிருகம் பாயுமோ... எதுவுமே தெரியாது. காட்டுக்குள் வேட்டையாடப் போவது திகிலான விஷயம். என்றாலும், ஏன் வேட்டையாடப் போகிறார்கள்?

எதிர்பாராத விஷயங்களை எதிர்கொள்வதில் மனிதனுக்கு எப்போதுமே ஓர் அலாதியான இன்பம். மகாராஜா தன் ஆட்களை அனுப்பி ஒரு புலியையோ, சிங்கத்தையோ பிடித்து வந்து மரத்தில் கட்டி வைக்கச்

சொல்லி அதை அம்பு எய்து கொல்லமுடியும். ஆனால், அதில் என்ன பெரிய சந்தோஷமோ, த்ரில்லோ இருக்கிறது?

எதிர்பாராத நேரத்தில், எதிர்பாராத திசையில் இருந்து வரும் தாக்குதல்களை எதிர்கொண்டு வெற்றி பெறுவதில்தானே முழுமையான சந்தோஷமும் திருப்தியும் கிடைக்கும்?

அப்படிப் பார்த்தால் நம் வாழ்க்கையும் ஒரு மாய வேட்டைதானே? எதிர்பாராத நபர்களிட மிருந்து எதிர்பாராத நேரத்தில் சோதனைகள், நெருக்கடிகள் வரும். தாக்குதல்கள் வரும். அதை எதிர்கொள்வதில்தான் சந்தோஷம் இருக்கிறது.

'ஐயோ.. என் ஆருயிர் நண்பன் இப்படி என்னை ஏமாற்று வான் என்று கனவிலும் நினைக்கவில்லையே!

செழிப்பாக ஓடும் என்று நினைத்துத் தொடங்கிய வியாபாரம் இப்படி ஒரேயடியாகப் படுத்துவிட்டதே!'

"நன்றாக தான் படித்தேன் ஆனாலும் இப்படியாகி விட்டதே..!" என்றெல்லாம் வருத்தப்பட்டுப் புலம்புவதில் அர்த்தம் இல்லை.

வேட்டைக்குப் போகும் யாரும் "இந்தப் புலி நான் ஏமாந்த நேரம் பார்த்து என் மீது பாய்ந்துவிட்டது. இது நீதியில்லை"என்று புலம்பியதுண்டா?

வாழ்க்கையை ஒரு "வேட்டையாக" நினைத்துக்கொள்ளுங்கள். போராட்ட உத்வேகமும் புதிய உற்சாகமும் கிடைக்கும். ஆனந்தம் பிரவாகம் எடுக்கும்!

15

அலட்சியமே காரணம்.

மனிதனுக்கு இயற்கையாக ஒரு மனோபாவம் உண்டு. பெரிய விஷயங்கள் திடீரென்று தோன்றி விடுவதைப் போல அவனுக்கு ஒரு பிரமை.

பண விஷயத்தில் கூட சிலருக்கு சில மனோபாவங்கள் உண்டு. ஒரு ரூபாய் தானே, இதென்னப் பிரமாதம் என்பார்கள். பேரம் பேசுவதில் ஐந்து ரூபாய் தானே அதிகமாய் கொடுத்துவிட்டேன், இது ஒரு பெரிய விஷயமா என்பார்கள்.

ஐந்து ரூபாய் என்பது பெரிய விஷயமாக இல்லாமல் இருக்கலாம். ஆனால் ஐந்து ரூபாய் பெரிதல்ல என்கிற மனோபாவம் இருக்கிறதே, அது மிகவும் ஆபத்தானது.

ஏனெனில் நீங்கள் இழக்கும் ஒவ்வொரு ஐந்து ரூபாய்க்கும் இப்படிதான் விமர்சனம் செய்யப்போகிறீர்கள். நூறு தடவை இந்த விமர்சனத்தை நீங்கள் செய்யும் போது ஐநூறு ரூபாயை இழந்து விடுவீர்கள்.

மொத்தமாக ஐநூறு ரூபாயை நீங்கள் இழக்கும் போது அது பெரிதாக தோன்றலாம். ஆனால் நூறு முறை ஐந்தைந்து ரூபாயாக நீங்கள் இழக்கும்போது அந்த தொகை எவ்வளவு பெரியது என்பது உங்களுடைய கவனத்திற்கு வருவதில்லை.

மொத்தத்தில் சிறியது என்று எதையும் அலட்சியப்படுத்தி விடக்கூடாது. சில சமயங்களில் சிறிய விஷயங்களை அலட்சியப்படுத்தும் போது அது பெரும் தீமைக்கு காரணமாகிவிடுகிறது.

மழை பெய்யும் போது நீங்கள் கவனித்திருக்கிறீர்களா? வானத்திலிருந்து துளித்துளியாக விழும் நீர், அந்தத் துளிகள் விரைந்துத் தொடர்ந்து விழும்போது நீர்க் கோடுகள் போலாகி, முடிவில் அதுவே நீர்த்தாரையாகி பூமியில் ஒன்று சேர்ந்து வெள்ளமாகப் பெருக்கெடுக்கும்.

பல்லாயிரக்கணக்கான சிறு துளிகள் சேரும் போதே வெள்ளம் உருவாகிறது.

ஒவ்வொரு முறை மழை பெய்யும் போதும் எமது வீட்டு முற்றத்தில் தேங்கி நிற்கும் நீர், பாதையில் வழிந்தோடும் நீர், நீர் பாதையை வழிமறித்து கட்டப்படும் கட்டிடங்கள், வடிகால் அமைப்பு அற்ற நகரங்கள், நகர அபிவிருத்தி என்ற பெயரில் இயற்கைக்கு மாறான நடவடிக்கைகள்,

இன்னும் எத்தனை எத்தனையோ......இவற்றை எல்லாம் நாம் மிக சிறிதாகவே கடந்து செல்கிறோம்.

இன்று திரும்பிய திசையெங்கும் வெள்ளம்....

எமது சிறிய அலட்சியமே இன்றைய எமது நிலைக்கு காரணம் என்பதை மறந்து விடாதீர்கள்.

16
உன்னால் முடியும்

டைட்டானிக் கப்பல் மூழ்கிய போது அதனருகில் மூன்று கப்பல்கள் இருந்தனவாம்.

அதில் ஒரு கப்பலின் பெயர் சாம்சன். அது டைட்டானிக் மூழ்கிக் கொண்டிருந்த இடத்திலிருந்து 7 கி.மீ தொலைவில் இருந்ததாம். டைட்டானிக் அனுப்பிய "காப்பாற்றுங்கள்: என்கிற சமிக்ஞை காட்டும் வெள்ளை விளக்கொளியைப் பார்த்தனர். ஆனால் அதில் இருந்தவர்கள், சீல் எனும் கடல் விலங்கைத் திருட வந்தவர்கள். அதனால் காப்பாற்றப்போய் மாட்டிக் கொண்டால் என்னாவது, நமக்கேன் வம்பு என்று எண்ணி டைட்டானிக்கின் எதிர்த்திசையில் விரைந்து விட்டனர்.

நம்மில் பலர், நமது பாவச்செயல்களில் மட்டுமே கவனம் செலுத்தி அடுத்தவரின் துன்பங்களைப் பற்றித் துளியும் கவலை படாமல் இருப்போம். இந்த சாம்சன் கப்பல் போல.

அடுத்து கலிஃபோர்னியன் என்ற கப்பல், டைட்டானிக் கப்பலிற்கு 14 கி.மீ தொலைவில் இருந்தது. அக்கப்பலின் கேப்டனும் டைட்டானிக் அனுப்பிய ஆபத்து சமிக்ஞைகளைப் பார்த்தார். ஆனால் அவர்களின் கப்பலைச் சுற்றியும் பனிப்பாறைகள் இருந்தன. இருட்டாகவும், மோசமான சூழலும் இருந்ததால், திரும்பவும் கரைக்கே போய், காலையில் புறப்படலாம் என முடிவெடுத்தனர் மாலுமிகள். உதவி கோரிய கப்பலுக்கு ஒன்றும் ஆயிருக்காது என்று அவர்களே, அவர்களுக்குக் கூறித்தேற்றிக் கொண்டனர்.

இக்கப்பலைப் போன்றவர்கள் நம்மிடையே இருக்கும்,''நம்மால் ஒன்றும் செய்ய இயலாது. சூழல், சரியில்லை, நிலைமை சரியானதும் பார்த்துக்கொள்ளலாம்' என்று எண்ணுபவர்கள்.

மூன்றாவது கப்பல் கர்ப்பாதியா. அது, டைட்டானிக்கிலிருந்து 58 கி.மீ தொலைவில் தெற்கு நோக்கிப் பயணித்துக்கொண்டிருந்தது. அப்போது கப்பலின் கேப்டனுக்கு டைட்டானிக் அனுப்பிய ஆபத்து சமிக்ஞை ரேடியோ மூலம் கேட்டது. அவர் உடனே, மண்டியிட்டு இறைவனிடம் 'எனக்கு வழிகாட்டு' எனப் பிரார்த்தனை செய்து, கப்பலைக் திருப்பினார் டைட்டானிக்கை நோக்கி, ஆபத்தான பனிப்பாறைகளிடையே செலுத்தினார்.

இந்தக் கப்பல்தான் டைட்டானிக்கில் சிக்கியிருந்த 705 பேரைக் காப்பாற்றியது.

தடைகளும், எதிர்ப்புகளும், ஆபத்துகளும், பொறுப்பைத்தட்டிக் கழித்திட காரணங்களும் நிச்சயம் குறுக்கிடும், ஆனால் அவற்றை மீறிச் செல்பவர்கள் மட்டுமே உலகில் உள்ள மக்களின் இதயங்களில் நாயகர்களாக வாழ்வார்கள்.

உன்னால் முடியும் என்று எண்ணுவதையோ அல்லது முடியும்
என்று கனவு காண்பதையோ துணிந்து தொடங்கு. உனது
துணிவிலேயே அறிவும், ஆற்றலும், மந்திரமும் அடங்கியுள்ளன.

\- Goethe.

17
இவ்வளவு தான் வாழ்க்கை..

உலகப்புகழ்பெற்ற வடிவமைப்பாளர் Crisda Rodriguez இவர் சமீபத்தில் கேன்சரால் இறந்து போனார். அவர் கடைசியாக எழுதிய வார்த்தைகள் ...

மரணத்தை விட உண்மையானது இந்த உலகத்தில் எதுவுமே இல்லை ..!!

இந்த உலகத்தில் விலை உயர்ந்த பிரோண்டட் கார் என்னுடைய கேரேஜில் நிற்கிறது. ஆனால் நான் சக்கரநாற்காலியில் அழைத்து செல்லப் படுகிறேன் ..!!

இந்த உலகத்தில் உள்ள அனைத்து வகையான டிசைன்களிலும் கலர் களிலும் விலை உயர்ந்த ஆடைகள் விலை உயர்ந்த காலணிகள் விலை உயர்ந்த பொருட்கள் அனைத்தும் என் வீட்டில் உள்ளது. ஆனால் நான் மருத்துவமனை வழங்கிய சிறிய உடையில் இருக்கிறேன் ..!!

என் வங்கி கணக்கில் ஏராளமான பணம் கிடக்கிறது ஆனால் எதுவும் எனக்குப் பயன் இல்லை ..!!

என் வீடு அரண்மனை போன்று, கோட்டை போன்று உள்ளது ஆனால் நான் மருத்துவமனையில் ஒரு சிறு படுக்கையில் கிடக்கிறேன் ...

இந்த உலகத்தில் உள்ள ஐந்து நட்சத்திர ஹோட்டல்களுக்கு நான் பயணித்துக் கொண்டே இருந்தேன். ஆனால் மருத்துவமனையில் உள்ள ஆய்வகங்களுக்கு மற்றொரு லேபிற்க்கும் மாற்றி மாற்றி அழைத்துச் செல்லப்படுகிறேன் ..!!

அன்று தினசரி 7 சிகை அலங்கார நிபுணர்கள் எனக்கு அலங்காரம் செய்வார்கள். ஆனால் இன்று என் தலையில் முடியே இல்லை...

உலகிலுள்ள பல வகையான உயர் நட்சத்திர கோட்டல் உணவுகளை உண்டு கொண்டிருந்தேன். ஆனால் இன்று பகலில் இரண்டு மாத்திரைகள் இரவில் ஒரு துளி உப்பு ..!!

தனியார் ஜெட்டில் உலகம் முழுவதும் பறந்து கொண்டிருந்தேன். ஆனால் இன்று மருத்துவமனை வராண்டாவிற்கு வருவதற்கு இரண்டு நபர்கள் உதவுகிறார்கள் ...

எல்லா வசதி வாய்ப்புகளும் எனக்கு உதவவில்லை... எந்த விதத்திலும் ஆறுதல் தரவில்லை... ஆனால் சில அன்பானவர்களின் முகங்களும் அவர்களது தொழுதல்களும் என்னை வாழ வைத்துக் கொண்டிருக்கிறது .!!

இவ்வளவு தான் வாழ்க்கை , நல்ல மனித நேயமுள்ள மனிதர்களை நேசியுங்கள் ...

Above real Words of World's most famous fashion designer and writer, Crisda Rodriguez, wrote this article before she passed away from cancer. At the end all things, huge money in different accounts, worlds costly cars, very costly house, furniture all these are are nothing in front of health as we everyone knows "Health is wealth". so be happy, healthy, and having humanity.

18

கனவு காணுங்கள்.

"ஆகாயத்தில் ஓட்டை போட கடைசியாக எப்போது முயற்சி செய்தாய்?"

இவ் ஆங்கில பேச்சுவழக்கு விமானங்களில் பறப்பவர்கள் தங்கள் வேலையைப் பற்றிப் பயன்படுத்தும் சொல்லாகும். தாங்கள் இதுவரை சென்றிராத தூரத்தை குறிக்க ஆகாயத்தில் துளை போடுவது என்று கூறுகிறார்கள்.

நாமும் நமது வாழ்க்கையில் அதைத்தான் செய்ய வேண்டியிருக்கிறது. ஏதோ வாழ்ந்து கொண்டிருக்கிறோம் என்பதற்கு மேலாக உயர முயற்சி செய்வது, ஆனால் நமது இலட்சியம் மிக உயர்ந்ததாக இருப்பதில்லை. வாழ்வது என்று வரும்போது வயிறாரச் சாப்பிட்டால் போதும் என்று அடங்கிவிடுகிறது. நாம் மனிதர்கள் தானே என்று நாமே சொல்லிக் கொள்கிறோம். ஆகாயம் மிகவும் உயரத்தில் இருக்கிறது. அதில் ஓட்டை போடுவது பற்றி நினைப்பதாவது? அது நடக்கவே முடியாத காரியமாகும் என்ற நினைப்பு நம்மை தடுத்து நிறுத்துகிறது. ஆயினும் முடியாதது என்று நினைக்கும் அதுதான் சுவால் விட்டு நமது வாழ்க்கையைச் சுவையுடையதாகச் செய்து இலக்கை நோக்கி இட்டுச் செல்கிறது. பெரியதாகச் சிந்தனை செய்யுங்கள். கடுமையாக உழையுங்கள். தைரியமாக கனவு காணுங்கள். அக்கனவுகளை நனவாக்க கவனத்தை ஒருமுகப்படுத்துங்கள்.

முடியாததை உங்கள் இலக்கியமாக கொள்ளுங்கள். என்னால் முடியாது என்ற முணுமுணுப்பை கைவிட்டு என்னால் முடியும் என்று உறுதியாய் கூறும் மனப்போக்கை மாற்றிக்கொள்ளுங்கள்.

உங்களைப் பற்றி நீங்கள் கொண்டிருக்கும் கருத்துக்கள், நம்பிக்கைகள் மற்றும் முடிவான தீர்மானங்களை விட்டொழிக்க முயலுங்கள். ஏனெனில் அவை தான் உங்கள் கனவை உங்கள் கண்களிலிருந்து மறைக்கின்றன.

உங்களை ஒருபோதும் வேறு யாருடனும் ஒப்பிடாதீர்கள். ஏனெனில் இவ்வுலகில் உள்ள வேறு எவரிடமும் இல்லாத ஆற்றல் உங்களுக்குள் உறைந்திருக்கிறது.

உங்களால் ஒரு நிலைக்கு மேல் சாதிக்க முடியாது என்று உங்களுடைய எண்ணங்களுக்கு கைவிலங்கிடும் பழக்கத்தை அறவே ஒழித்துக் கட்டுங்கள். மனதின் ஜன்னல்களை அகலத் திறந்து வையுங்கள்.

உங்கள் வாழ்க்கை முழுவதும் இப்படி உங்களைப்பற்றி நீங்கள் சேர்த்து வைத்துள்ள தகவல்களை ஒட்டு மொத்தமாக அழித்து விட்டு, காலையில் ஒரு புத்தம்புதிய நபராக விழித்தெழுவீர்களேயானால், எல்லா வகையான சந்தர்ப்பங்களும் சாத்தியக்கூறுகளும் உங்கள் வாழ்வை நிரப்ப ஓடோடி வரும்.

உங்கள் கனவுகளைப் பற்றி நீங்கள் கவலைப்படாவிட்டால் வேறு யார் கவலைப்படப் போகிறார்கள்?

"நம்மில் பெரும்பாலானோர் நம்முடைய கனவு என்ன, நம்முடைய பிறவி நோக்கம் என்ன என்பதை அறியாமலேயே வாழ்க்கையை ஓட்டி விடுகிறோம். ஏனெனில் அக் கேள்வியைக் கேட்க நாம் நேரம் ஒதுக்குவதில்லை. மக்கள் தாங்கள் நேசிக்கும் விஷயத்தை கண்டறிவதற்கு நேரத்தை ஒதுக்கி கொள்வது மிகவும் இன்றியமையாதது. அப்படி செய்யாவிட்டால் நீங்கள் சுக்கான் இல்லாத மரக்கலம் போல ஆகிவிடுவீர்கள்" என்றார் லேன் பீச்லீ.

ஒருவர் ஒரு மாபெரும் கனவோடு தன் வாழ்க்கையைத் துவங்கலாம். வேறு ஒருவர் மிகச்சிறிய ஒரு கனவோடு வாழ்க்கையைத் துவங்கலாம். அது காலப்போக்கில் அவர்களுடைய கற்பனையையும் மிஞ்சி ஒரு மாபெரும் கனவாக விஸ்வரூபம் எடுக்கக்கூடும். நம்மால் எந்த அளவிலான கனவைக் கையாள முடியுமோ, அந்த அளவிலான கனவையே வாழ்க்கை நமக்கு அளிப்பது போல் தோன்றும். ஆகவே கனவு காணுங்கள்.

மகிழ்வித்து மகிழ்ந்திருங்கள்.

வாழ்க்கையின் அழகு என்பது - நீ
எவ்வளவு மகிழ்ச்சியாக இருக்கிறாய்
என்பதில் இல்லை...
உன்னால் அடுத்தவர்
எவ்வளவு மகிழ்ச்சி ஆகின்றார்கள்
என்பதிலேயே இருக்கிறது...
மகிழ்ச்சி என்பது
போய் சேரும் இடம் அல்ல -அது
ஒரு பயணம்...
மகிழ்ச்சி என்பது
எதிர்காலம் இல்லை
அது நிகழ்காலம்...
மகிழ்ச்சி என்பது
ஏற்றுக்கொள்வது அல்ல -அது
ஒரு முடிவு...
நீ என்ன வைத்திருக்கிறாய்
என்பதில் இல்லை
மகிழ்ச்சி...
நீ யார் என்பதில் தான் மகிழ்ச்சி !!!
மகிழ்வித்து மகிழ்ந்திருங்கள்.

www.ingramcontent.com/pod-product-compliance
Lightning Source LLC
LaVergne TN
LVHW041555070526
838199LV00046B/1977
9798888492369